माय अविस्मरणीय प्रेम रात्री एका डायनसह

एरियन एस टाऊनसेंड

गूढ प्रेमकथेच्या सर्व वाचकांना आणि रसिकांना

अनुक्रमणिका

प्रस्तावना

या जगात अशा अनेक गोष्टी आहेत ज्या आपल्याला समजत नाहीत, ही कथा याच वस्तुस्थितीचे उदाहरण आहे आणि ही कथा वैयक्तिक अनुभवावर आधारित आहे.

भूत हे मुळात मृत लोकांचे आत्मे किंवा आत्मा आहेत. असा विश्वास आहे की जेव्हा काही उदासीन लोक मरतात तेव्हा त्यांचे आत्मे स्वर्गात राहत नाहीत. पण, ते या जगातच फिरत राहतात.

भूतांना स्पष्टीकरणाद्वारे पाहिले जाऊ शकते, एक मानसिक क्षमता जी आपल्याला भौतिक दृष्टीद्वारे प्रवेशयोग्य नसलेले परिमाण पाहण्याची परवानगी देते. क्लेअरवॉयन्स ही एक क्षमता आहे जी आभा आणि ऊर्जा पाहण्यासाठी वापरली जाते. दुसरी शक्यता अशी आहे की बाह्य-भौतिक चेतना भौतिकदृष्ट्या दृश्यमान होण्यापर्यंत पुरेशी दाट ऊर्जा गोळा करते. या प्रक्रियेला भौतिकीकरण म्हणतात आणि दाट उर्जेचा स्त्रोत आणि त्या उर्जासह कार्य करण्याची क्षमता असलेले भूत आवश्यक आहे. दाट ऊर्जेचा स्त्रोत जिवंत व्यक्ती, जिवंत लोकांचा समूह

आणि कधीकधी प्राणी आणि वनस्पती असू शकतात. भौतिकीकरणामुळे शारीरिक स्पर्श किंवा अगदी हँडशेक, रॅप्स आणि इतर आवाज यासारख्या बाह्य-भौतिक चेतनेसह इतर प्रकारच्या परस्परसंवादासाठी देखील अनुमती मिळेल, तथापि पूर्ण भौतिकीकरण ही एक घटना आहे जी कमी वेळा घडते. मटेरियलायझेशन आणि क्लेअरवॉयन्स परस्पर अनन्य नसतात आणि कधीकधी अर्ध-भौतिकीकरण नावाच्या घटनेत एकत्रितपणे घडतात. या प्रकरणात, भुते त्यांचे सूक्ष्म शरीर (सायकोसोमा) अधिक दाट बनवतील, परंतु निरीक्षकाच्या भौतिक डोळ्यांद्वारे ते दृश्यमान होईल इतके नाही. भूताच्या सायकोसोमाच्या घनतेमुळे एखाद्याला ते स्पष्टीकरणाद्वारे पाहणे सोपे होते, कारण या प्रकारची मानसिक क्षमता दाट उत्साही अभिव्यक्तींचे सहज निरीक्षण करण्यास अनुमती देते. अर्ध-भौतिकीकरणास कमी उर्जेची आवश्यकता असल्याने, ते अधिक वारंवार होते.

ऋणनिर्देश, पावती

भूतदर्शन हा आपल्या संस्कृतीचा भाग आहे. शक्यता आहे की तुम्ही एखाद्याला याबद्दल बोलताना ऐकले असेल किंवा कमीतकमी एखाद्याला ओळखत असेल ज्याने एखाद्याला पाहिले असेल, जरी तुम्ही स्वतः तसे केले नसले तरीही. मग प्रश्न असा आहे की भूत वास्तविक आहेत की नाही?

नांदी, प्रस्तावना

विवेकशास्त्राच्या दृष्टीकोनातून, भूत ही आपल्यासारखी एक चेतना आहे, परंतु भौतिक शरीर नसलेली चेतना. दुस-या शब्दात, भूत म्हणजे एक जीवन आणि पुढच्या काळातील एक चेतना, जी व्यक्ती मरण पावली आणि अजून पुढच्या भौतिक शरीरात जन्मलेली नाही. त्या अर्थाने, आत्मे, आत्मा हे देखील चेतना किंवा "लोक" आहेत. त्यांच्यात आणि आपल्यातील महत्त्वाचा फरक म्हणजे आपल्याला भौतिक शरीर आहे. आपल्या तुलनेत भुते दुसऱ्या ठिकाणी आहेत. या "स्थानाला" संपूर्ण इतिहासात अनेक नावे मिळाली आहेत: दुसरी बाजू, सूक्ष्म विमान, स्वर्ग इ. आम्हाला माहित आहे की ही जागा आम्ही राहतो त्या परिमाणाच्या पलीकडे आहे, म्हणून मी या जागेसाठी जे तांत्रिक नाव वापरणार आहे ते एक एक्स्ट्राफिजिकल डायमेंशन आहे. मग भुते खरी आहेत की नाही? होय, भुते हे बाह्य भौतिक परिमाणाचे मूळ (आणि तात्पुरते) रहिवासी आहेत. कारण ते आपल्यासारख्या चेतना आहेत, आपण त्यांना "बाह्य-भौतिक चेतना" म्हणतो. भुते एक जीवन आणि पुढच्या दरम्यान असतात, ज्याला आपण "अंतरमिश्रित" म्हणतो. भुते, किंवा बाह्य-भौतिक चेतना, ते यापुढे जिवंत नाहीत या

वस्तुस्थितीची कमी-अधिक जाणीव (स्पष्ट) असू शकतात.

1

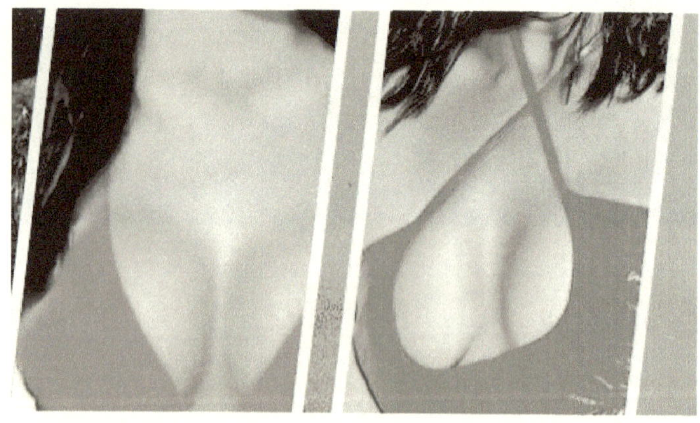

- तुला भीती वाटत नाही का? अलीनाचे बोलणे ऐकून मी किंचित हसलो. मी म्हणालो- तुला माझ्या भीतीबद्दल काय वाटते? मी अजिबात का घाबरू? ती माझ्याकडे काहीच बोलली नाही पण एकटक पाहत होती. खिडकीची दुसरी बाजू खूपच गडद आहे. मी तिच्याकडे

खोलवर पाहतो मला समजत नाही का मला वाटते की मला माहित आहे आणि तिचे डोळे खोल आहेत. तिच्या डोळ्यांकडे पाहिल्यावर एक आश्चर्य काम करत आहे. कोण म्हणतं फक्त माणसांनाच नवल वाटतं कदाचित!! निराकार सुद्धा आश्चर्यचकित होतात कदाचित ते जिवंत लोकांचे रूप नाही जे मी पाहू आणि समजू शकलो! अलिना खिडकीतून माझ्या खोलीत शिरली. जसे आपण दाराचा पडदा काढून घरात प्रवेश करतो तसाच. ही बाब कोणत्याही घटनेसारखी अगदी सामान्य वाटते. इथे अजून कोणी असता तर तो घाबरून ओरडला असता पण मी सांभाळले. पण हे योगायोगाने घडले नाही! मी इथे खूप दिवसांपासून भाड्याने राहतो आहे. मी पहिल्यांदा इथे भाड्याने आलो तेव्हा भाडे ऐकून मला थोडं आश्चर्य वाटलं. सर्वात वरती, जेव्हा मी पदवीधर असूनही, घरमालक मला अपार्टमेंट भाड्याने देण्यास सहमत आहे तेव्हा मला थोडे आश्चर्य वाटते! सहसा मालक बॅचलर्सना भाड्याने देऊ इच्छित नाहीत. घराच्या इतर मजल्यांवर इतर कुटुंबे आहेत. बाकीचे सर्व मजले भाड्याने दिले आहेत फक्त हा एक बाकी आहे. तेव्हा मला थोडी शंका आली होती तरी पण मी स्वतःला विचार केला की सगळ्यात मोठा फायदा म्हणजे माझ्या ऑफिस पासून घर अगदी जवळ आहे. फक्त चालण्याचे अंतर आहे, त्यामुळे मी बसचे भाडे वाचवू शकलो. काही दिवस चांगले जात होते. फक्त प्रॉब्लेम एवढाच होता की माझे घर रात्रीचे होते जरा थंडी वाजली असती. ते कमी होते, बरे झाले असते बाहेर कडक ऊन होते पण मी थंडीत AC चालू न करता आराम केला. आणखी एक गोष्ट म्हणजे घराचा मालक रोज सकाळी माझी बातमी आणि तब्येत शोधायला यायचा, मला काही प्रॉब्लेम आहे का आणि मी ठीक आहे की नाही हे विचारायचे! घरमालकाच्या चेहऱ्यावर माझ्याशी बोलताना मला सहसा वेगळ्या प्रकारच्या चिंतेची छाप दिसते जी मला पाहायला मिळाली. पण जेव्हा मी त्याला म्हणालो, काही हरकत नाही, तेव्हा त्या गृहस्थाच्या दिसण्यावरून असे दिसले की त्याच्या छातीच्या वरच्या बाजूला एक दगड सरकल्यासारखा दिसत होता. तेव्हापासून मला काही शंका होत्या. आता संशय निर्माण झाला तरच मी सहज घरमालकाकडे जाऊन स्पष्टपणे विचारले की काय काका, तुमच्या घरात भुते आहेत

का! आणि जर तुम्हाला जाणून घ्यायचे असेल तर त्याने तुम्हाला का सांगावे? घरमालक मला सोडायला सांगू शकतो. एवढी सुंदर जागा का सोडावी!! पण एके दिवशी शेजारच्या दुकानाजवळ मला माहिती हवी होती. सर्व प्रथम, दुकानदार मुलगा काहीही सांगायला तयार नव्हता.

पण मी त्या फ्लॅटमध्ये दोन आठवड्यांहून अधिक काळ आहे आणि दुकानदाराला तिथे मला खूप सोयीस्कर वाटले म्हणून त्याने आश्चर्याने माझ्याकडे पाहिले. मग त्याने आपला आवाज कमी केला आणि तो काय म्हणाला, खाली ओळ आहे की मी फ्लॅटमध्ये राहतो त्या फ्लॅटमध्ये एक भूत आहे. भूत किंवा स्त्री भूत नाही. साध्या भाषेत डायन! अनेक वर्षांपूर्वी त्या मुलीचा मृत्यू झाला. मुलीचे नाव होते अलिना! त्यापूर्वी त्या फ्लॅटमध्ये एकच व्यक्ती होती पण तो एका आठवड्यापेक्षा जास्त राहू शकत नव्हता. मी दोन आठवडे असेच आहे, त्याच्या आश्चर्याचा अंत नाही. मी हसलो आणि उडून गेलो. मी माझे किराणा सामान विकत घेतले आणि घरी आलो! घरी आल्याबरोबर मी ज्या गोष्टी केल्या त्या मी थोडा विचार करू लागलो! तुम्ही कितीही हसलात तरी मी माझ्या मनात थोडीशी फुंकर मारली की भीती किंवा शंका निर्माण होते तोपर्यंत निघून जाते! या घरात खरोखर काहीतरी आहे! विशेषतः थंड समस्या. शिवाय, आणखी एक गोष्ट माझ्या लक्षात आली नव्हती पण ती लक्षात घेणे आवश्यक आहे असे दिसते. मी पूर्वीप्रमाणेच आजही बाहेरच खातो. पण कधी कधी प्रचंड भूकेच्या क्षणी, ज्या क्षणी बाहेर जाण्याची इच्छा होत नाही त्या क्षणी मग घरी काहीतरी बनवले जाते. हे जवळपास आठवड्यातून दोनदा झाले. रात्री भूक लागल्यावर एकदा बॉम्बे टोस्ट आणि मिश्र भात शिजवला. सकाळी धुवावे या विचाराने मी ताट बेसिनमध्ये सोडले. सकाळी लवकर ऑफिसला जायचे म्हणून आता काही झाले नाही. पण घरी आल्यावर मी ते पूर्णपणे स्वच्छ केलेले पाहतो, मला नंतर आठवते की कदाचित मीच त्यांना स्वच्छ केले होते! मला आठवत नाही! मला अधिक विचार करू नका. खरचं काहीही असलं तरी ती मला काही इजा करणार नाही, हे मला स्पष्ट समजतंय! घाबरलो असतो तर इतके दिवस असेच गेले असते! मी अलीनाला आणखी एका आठवड्यासाठी पाहतो. मी तेवढ्यात ऑफिसमधून परत आलो. त्या

दिवशी खूप काम होतं. रात्री 10 च्या सुमारास मी घरी आलो. घरात शिरताच डोकं हललल्यासारखं वाटत होतं, नाही. मी दारातून कपडे उघडायला सुरुवात केली. ध्येय फक्त झोपणे आहे! शेवटी मला आधी एक तास झोपण्याची गरज आहे मग कदाचित मी इतर गोष्टींचा विचार करू शकेन! जेवून आलो. त्यामुळे काळजी नाही. मी माझे शूज आणि मोजे काढले बेडरूमच्या दिशेने मी चालत होतो तितक्यात मागून थंडी वाजत होती एकाने आवाज दिला - तू इतका गोंधळ का आहेस? मी थोडा वेळ काही बोलू शकलो नाही. एकदम गप्प! माझ्या लक्षात आले की माझा पाय थोडा हलला आहे. कदाचित माझ्या खोलीत दुसरा कोणीतरी शिरला असा विचार आधी करायला हवा होता. पण आवाजात असं काही होतं की माझं सारं अंग थरथरत होतं! तोपर्यंत खोलीचे तापमान बरेच खाली आले होते. माझे संपूर्ण शरीर जणू थंड पडत होते! मी स्वतःला समजावण्याचा प्रयत्न केला की मला त्रास होणार नाही. काही हानी झाली नाही! हे एक चांगले भूत आहे! शुभ रात्री! गोड डायन !! खूप भीतीने मला पकडले आणि चांगले विचार फारसे कामाचे नव्हते. समोरच्या खोलीचे दार बंद करण्याची तीव्र इच्छा होती जी मला येते पण मी ती इच्छा दाबून टाकली! खूप धाडस करून मी मागे बघायला तयार झालो! मी मागे वळून पाहिले तर तिथे कोणीच नाही. पण मी फेकलेले कपडे आणि शूज आणि मोजेही व्यवस्थित मांडलेले आहेत. मला वाटतं मुलगी गेली. कारण खोलीचे तापमान पुन्हा वाढू लागले आहे. तेवढ्यात मला त्या मुलीचा अदृश्य आवाज काही वेळा ऐकू आला. प्रत्येक वेळी माझ्या विकारासाठी सौम्य सौम्य नियम! मला आढळले की मुलगी सौम्य होती आणि अजिबात घाबरली नाही! काल ऑफिसला जाण्यापूर्वी मी माझ्या गोंधळलेल्या शर्टवर एक छोटीशी चिठ्ठी टाकली! "मला तुला भेटायचे आहे" स्वतःला काहीसे हास्यास्पद वाटत आहे की जणू मी एखाद्या पाळीव प्राण्यासोबत आहे मला भेटायचे आहे!

ते ऐकल्यावर लोक काय विचार करतील? कोणास ठाऊक! ऑफिसमधून परत आल्यानंतरही तो सापडला नाही. पण माझा शर्ट जेवण अगदी नीटनेटके होते! रात्री झोपण्यापूर्वी खिडकीतून मी सावलीकडे पाहिले तर मला पुतळा दिसला. माझी छाती धडधडत होती

पण मी लवकरच आत ढकलण्यात यशस्वी झालो! मी स्वतःहून पुढे गेलो. सावली अजूनही स्पष्टपणे दिसते. दुसरीकडे शांतता! माझ्या आधी मला जाणून घ्यायचे होते - तू इथे आहेस का? तेव्हा अलीनाला जाणून घ्यायचे होते! जेव्हा मुलगी घराच्या उजेडात आली तेव्हा मी आश्चर्याने पाहिले की इतका सुंदर चेहरा मी बर्‍याच दिवसांपासून पाहिला नाही! माझ्याकडे बोलायला वेळ नाही मी करू शकलो नाही! फक्त वाट पाहत आहे! ती म्हणाली - तुला भूताच्या चेहर्‍यावरचा लूक खरच आवडतो का? से खूप जोरात हसायला लागली! मी म्हणालो - विश्वास बसत नाही! आमच्या लहानपणी भुतांबद्दल काय शिकवले जाते. मी पाहतो की ते पूर्णपणे स्त्री भूतांच्या विरुद्ध आहे! तिने माझ्याकडे बघितले आणि म्हणाली - तू खूप धाडसी दिसत आहेस! तुमच्या आधी इथे राहायला आलेली माणसं खूप घाबरली होती! शाब्बास लवकरच तुमच्याशी बोलू आणि चांगली सामग्री चालू ठेवा. - तुम्हाला हवे असल्यास तुम्ही माझ्यावर प्रेम करू शकता! -बरं! तर? - सुंदर स्त्री भूतप्रेमासोबत प्रेम करण्याचा फायदा तुम्हाला माहीत आहे का? काय? - तू काय ऐकतोस? - चेटकिणीचे वडील तिच्या इच्छेविरुद्ध तिच्याशी लग्न करू शकत नाहीत! लग्न करा जाण्याची शक्यता नाही! एवढं बोलून मी तिचा चेहरा पाहिला, चेहरा जरा उदास झाला! ती माझ्याकडे बघत म्हणाली - ठीक आहे, मी जाते! - का! कुठे? माझ्या शब्दांनी तुला दुखावले? - नाही, ते बरोबर आहे! - नाही, ते बरोबर नाही. सांग मग जा! मी जे काही बोललो ते माझ्याच आवाजात ऐकून मला आश्चर्य वाटले. मी वाद घालत भुताबरोबर आहे. असेच मी म्हणतो मला माहित नाही ती पुन्हा हसली की नाही पडली! मग ती माझ्याकडे बघत म्हणाली - तुला काहीही वाटतं आम्ही आहोत, खरं तर आम्ही इतके मुक्त नाही आहोत! तुमच्यासारखेच आमचे स्वतःचे जग आहे तुमचे स्वतःचे जग आहे. आपल्या जगातही तिथेच राहायचं! -मग आपल्या जगात !! - खरे तर ज्यांचे मृत्यू सामान्य असतात त्यांच्याशी या जगाचा संबंध जोडला जातो! स्वतःला दूर ठेवायचे असले तरी आपण इथे आहोत ना! समजले! मी करू इच्छित नाही! -हम्म. समजले! पुन्हा कधी येणार? - खरंच! आता जाउयात! तिच्याबद्दल फारशी माहिती नाही, तथापि मुलगी

पुन्हा येईल! मग तिच्याबरोबर मी हॅंग आउट करू शकतो! खिडकीला छेद देत ती आली होती म्हणून ती निघून गेली. मी झोपायला झोपायला गेलो! बरं, तुला आमच्याबद्दल काय वाटतं? म्हणाली का? - मी पुन्हा विचार करू? इतके दिवस ऐकले म्हणून आठवेल! - आपण काय ऐकले? ते कुठे ऐकलं? -

याचा अर्थ असा नाही की काहीही खरे आहे! - नक्कीच नाही! - मग? यामुळेच इतके लोक कसे मरतात? - ते कसे मरतात याचे आश्चर्य वाटते! आम्हाला माहित नाही! ते घाबरून मेले तर आपण काय करावे? .आमच्याकडे काही नाही का मी तुला घाबरवणार! हं!! मी म्हणालो - बरं, तुझा संसार कसा आहे? मग ती म्हणाली- मी कसं सांगू! बरं ऐक, मी तुला काही सांगू. आपलं जग पण खूप आहे तुमच्यासारखं तुम्ही एक म्हणू शकता तुमच्या जगासारखं एक समांतर जग आहे ते बरोबर आहे. - मला समजत नाही! अलीकडे माझ्याकडे फक्त एकच शत्रू आहे जो मी घरी येतो तो म्हणजे तिच्याशी बोलणे. मुलगी माझ्यासारखीच वाट बघतेय. मी खरंच घरी आहे मला दिसले की बाथरूम माझ्यासाठी गरम आहे पाणी वाट पाहत आहे. मी आंघोळ करतो मला माझ्या खोलीतील तापमान किती थंड झाले आहे ते जाणवते. मला समजले की ती कोणत्याही त्रासाशिवाय निघून गेली आहे. पूर्वी आम्ही फक्त माझ्या बेडरूममध्ये होतो पण आता मी घरात सगळीकडे बोलायचो आता आम्ही दोघे एकत्र फिरायचो. टीव्ही बघत बसलो की वीज गेली की, ती व्हरांड्यात बसली चल बोलू. कधी कधी मला आश्चर्य वाटले की मी इतकं कसं बोलू शकेन! मी कसं म्हणतो!! आणखी एक गोष्ट घडली ती म्हणजे अलिना तिच्या दुनियेतून काहीतरी आणते, ते म्हणजे जसे आपण आंब्याचा रस खातो तसाच पॅक बनतो. त्याच्या पॅकवर किती विचित्र भाषा लिहिली आहे! त्याबद्दल जाणून घेण्यासाठी, मला ती काय म्हणाली हे जाणून घ्यायचे होते ते त्यांच्या अन्नांपैकी एक आहे. ती माझ्यासाठी लपवून आणते. असे पाईप टाकून आपण ज्यूस खातो तिनेही माझ्याप्रमाणे स्ट्रॉ पाईप टाकून खायला सुरुवात केली. खरे सांगायचे तर, हे विचित्र आहे की मी असे कधीच खाल्ले नव्हते पण मी ते दिवसा खातो आणि मी तिला रोज आणायला सांगितले मी तिला

आणायला सांगितले. आणि त्याचवेळी आमच्या गप्पा चालू होत्या! तिने मला समजावायला हात वर केला. मग ती म्हणू लागली- बघा आमच्याकडे आणि तू पण जग खूप सारखे आहे! जेव्हा कोणी त्याच्या शरीरातून सुटका करून घेतो तेव्हाच तो माझ्या जगात प्रवेश करतो किंवा प्रवेश करण्याचा मार्ग शोधतो! असे म्हणता येईल की तो आत आहे प्रवेशाची शक्ती नाहीशी झाली आहे. आणि सत्य हे आहे की हे एकदा पृथ्वीवर आले तर त्यांना दुसरे काही आठवत नाही! मी म्हणालो - मग तू पुन्हा या जगात का? - एक दिवसापूर्वी म्हटल्याचे आठवत नाही. किंबहुना तेच तेच असतात जे एका छोट्या अपघातानंतर मरण पावले ते या जगाचे आकर्षण टाळू शकत नाहीत जसे त्यांना त्यांचा मोक्ष मिळू शकत नाही असेच नाही तर दोन जगाच्या मध्ये जाऊया! समजले! -हम्म! समजले!

माझ्या मुला, तुझे शरीर ठीक आहे का? मी जमीनदाराकडे झुकलो. बघूया. मला आश्चर्य वाटले की तो कोण आहे कदाचित मला शोधणे थांबवा, विशेषतः जेव्हा तुम्ही पाहता की मी घाबरत नाही. त्या वर मी त्याचे घर नं सोडायला कोणतंही नाव घेत आहे. पण माझी कल्पना थोडी चुकीची आहे घरमालकाला ते सिद्ध करायचं आहे मी नियमित शोधायला सुरुवात केली. एके दिवशी त्याने मला थेट विचारले की - तुझी तब्येत ठीक आहे का? - काका, मी ठीक आहे! - रात्री नीट झोप? - होय! -अरे! तुमचे शरीर दिवसेंदिवस कसे बिघडत चालले आहे हे महत्त्वाचे नाही, म्हणून जाणून घ्या मी विचारले! - नाही. खरं तर ऑफिसमध्ये अलीकडे थोडे दडपण आहे! -ठीक आहे! माझे बोलणे ऐकून घरमालकाला माझे शब्द नीट आवडले नाहीत असे वाटले. माझ्या बोलण्यावर त्याचाही विश्वास बसत नाही आणि मला वाटत नाही की त्याने केले असेल. निदान त्याच्या डोळ्यांना तरी असे वाटते! पण एक मात्र नक्की की माझी तब्येत दिवसेंदिवस ढासळत चालली आहे, माझी स्वतःची कशी दिसते. हल्ली सगळे म्हणतात माझे की शरीर खराब होत आहे. काय कारण आहे, मी स्वतःही पकडू शकत नाही. माझी तब्येत का बिघडत आहे, मी सांगू शकत नाही! असो, अलीनाशी माझं नातं जणू काही थोडं पुढं आहे. ती माझ्या घरी आहे आणि सर्व काम करते! तिने

मला काहीही करू द्यायचे नाही! सर्वकाही योग्य ठिकाणी ठेवूया! आणि तो विचित्र रस रोज ये! मी खूपच छान आहे! कधी कधी वाटतं एक चांगली गृहिणी असती तर किती बरं झालं असतं तिच्यासारखी! मी फक्त याबद्दल विचार केला तिने मला त्याच दिवशी सांगितले! खूप दुःखाने ती म्हणाली की हे शक्य आहे जे मला खूप विचित्र वाटते. जे ऐकून मला खूप आश्चर्य वाटले! मी आश्चर्यचकित होऊन म्हणालो - हे शक्य आहे का? -हम्म! जर तुम्हाला हवे असेल तर तुम्हाला खरोखर करायचे आहे का? ती गोष्ट आहे! मी फक्त म्हणालो - मला पाहिजे! नक्कीच पाहिजे! ती माझीच आहे असे मला का वाटते, हे ऐकून मला खूप आनंद झाला. थोडे खूप आनंदी! प्रस्ताव असा आहे की तो तिच्या बाजूने आहे पूर्वीप्रमाणे तिच्या जगात येणे शक्य आहे नाही, परंतु माझ्यासाठी किंवा तिच्यासाठी पृथ्वीवर जाऊन तिच्यासारखे करणे शक्य आहे तथापि, तात्पुरत्या कालावधीसाठी! मी काम कसे करणार हेच समजत नव्हते! ती म्हणाली फक्त तिला आणि मला आतून समजून घ्यायचा आहे, फरक माझ्या शरीराचा आहे! आता काम होईल माझ्या आत्म्याला शरीरापासून वेगळे करण्याचे! तरच मी वेगळे करू शकलो तर ते शक्य होईल! तिने मला जे सांगितले त्याचा अर्थ मानवी आत्मा शरीराशी जोडलेला असतो फक्त मनाची शक्ती त्याला बांधते! मन सुप्तपणे ताणलेले असते आणि स्वतःला शरीराच्या आत अडकवते. आता माझ्या मनावर जोर आहे मला निर्माण करायचे आहे जेणेकरून मला माझा आत्मा शरीरातून बाहेर काढावा लागेल आणि आत्मा वेगळा होईल! रोज झोपण्यापूर्वी खूप प्रयत्न करा, ती म्हणाली आणि मी ते करू लागलो! पण कळ कुठे आहे! असे आठवडाभर प्रयत्न करूनही काही फायदा झाला नाही कारण मी पाहिले तिच्या डोळ्यात अश्रू तरळले! ती खूप संकटात आहे आणि तिने मला फक्त सांगितले - तिची जगण्याची इच्छा पूर्ण झाली नाही आणि आता मृत्यूनंतर तिची एकच इच्छा पूर्ण होणार नाही.

मला माहित आहे का तिचा चेहरा अश्रूंनी मिसळला आहे मला सहन होत नाही! मला स्वतःचा खूप राग येतो! त्या दिवशी काहीतरी घडलं! बरोबर रात्री तीन वाजता जाग आली! मी उठलो आणि आजूबाजूला पाहतो काहीतरी मंद प्रकाश खेळत आहे. पण जोपर्यंत माझा संबंध आहे

तोपर्यंत माझ्या खोलीत कधीतरी पूर्ण अंधार नाही! शेजारच्या घरात लाईट आहे रात्रभर लाईट चालू असते. प्रकाश किती विचित्र वाटत होता! निदान मी माझ्या संपूर्ण आयुष्यात असा प्रकाश पाहिला नाही! या प्रकाशाचे कोणतेही स्पष्टीकरण नाही हे देणे शक्य नाही! पण हळुहळू मला ती जागा कळली खरंतर माझी बेडरूम. हे विचित्र आहे ते प्रकाशामुळे वेगळे दिसते. मी आजूबाजूला पाहिले आणि थोडेसे हलवले, जणू काही मी खूप हलका आहे असे मला वाटते! माझे डोळे खाली आकाशाकडे पाहिले! अगदी खाली कोणीतरी पडलेले आहे, ती व्यक्ती आहे जी अगदी माझ्यासारखी दिसते. मला रात्री झोप येते पण मी तो ड्रेस घातला होता. मी काहीशा अविश्वासाने त्याकडे बघितले. तर? मग खरंच! झाले? आता तू अलीनाच्या जगात जाऊ शकतोस का? तिच्या भूमीत प्रवेश करू शकतो का? मी खरोखर काय करू शकतो! मी थोडं सरकायला जात असताना मला माझ्या पायात दोरीसारखे काहीतरी अडकलेले दिसले. आणि ते माझे शरीर, शरीराच्या पायाशी अडकले! बरेच काही हे बेड्यासारखे आहे. त्याबरोबर मी खरोखरच बांधले आहे, मी शरीराशी अडकलो आहे! मी थोडा वेळ ताणले पण फायदा झाला नाही. ते उघडले नाही की उघडण्याची चिन्हे मला दिसली नाहीत! बरोबर आहे त्या वेळी मी तिला पाहिले. ती हातात कुऱ्हाडी घेऊन पांढरी ब्लेड घेऊन काहीतरी विचित्र दिसत आहे! माझ्याकडे पाहून ती हसते! पण तिच्या हसण्याच्या आत का कोण जाणे मला आत्मा दिसत नव्हता. उलट घाईघाईचा प्रकार आहे! ती म्हणाली - कट करावा लागेल! - कोणतीही हानी होणार नाही! -नाही! काही हरकत नाही! माझे शब्दांवर विसंबून राहू नका! मला अजून थोडा विचार करायला हवा होता! आता कट काय चालू आहे? मला वाटते की ते मला का त्रास देत आहे हे मला माहित आहे, कारण ते माझ्या शरीरासह माझे आहे आत्म्याचे बंधन. हे फक्त मन नाही मुख्य गोष्ट जी मला माझ्या शरीरात अडकवते ते आता आहे तर माझे ब्रेकअप कधी झाले आहे? मी माझ्या शरीरात परत जाऊ शकतो? त्याच क्षणी बेडरूमचा दरवाजा उघडला. मी दरवाज्याकडे पाहिलं आणि तिकडे घरमालक सोबत अजून एक उभा होता! मी त्याला चांगलं ओळखतो जास्त त्रास नाही. आमच्या भागात चर्चचे पुजारी!

माझ्यासाठी कुणीतरी दार उघडलं बघितलं नाही. अशी भावना जणू ते मला पाहू शकत नाहीत! त्यांची नजर माझ्या निद्रिस्त देहाच्या दिशेने! घरमालक खूप उत्तेजित झाला एक म्हणाला. पण मी अस्पष्टपणे ऐकले. असे वाटत होते की मी खूप लांबून ऐकू शकतो! एकच शब्द कानावर पडला! घरमालक म्हणतो उशीर झाला का? पुजारी म्हणाला- मला नाही वाटत! शरीर अजूनही गरम आहे! मग तो माझ्या अंगावर गुडघे टेकला तो पुढे आला आणि त्याच्या हाताला स्पर्श केला. त्या स्पर्शाने माझे सर्व अंग थरथरले! मी अलिनाकडे पाहिले आणि तिचा चेहरा उदास आणि उदास झालेला दिसला. मग पुजाऱ्याने माझ्यावर पाणी टाकले. मला काही आठवत नाही! मी सकाळी लवकर उठलो. मी पाहिले आणि घरमालक माझ्याकडे पाहत आहे. माझे डोळे उघडण्यासाठी त्याच्या चेहऱ्यावरची दुःखाची रेषा थोडी कमी झाली! मला फक्त काय झाले ते समजत नाही. आणि घरमालक माझ्या घरात काय करत आहे. रात्रीच्या घटना किती अस्पष्ट आहेत मला आठवते. थोड्या वेळाने जवळच्या चर्चचा पुजारी आला आणि त्याने मला पाहिले. ते काल रात्रीची घटना मला म्हणाले!

तेही रात्री उशिरा मी किंचाळले आणि किंचाळले. ते ऐकून माझ्या दारातील जमीनदार समोर आला. तो आधीच आहे मला वाटते की माझे काहीतरी झाले आहे. थेट चर्च याजक कॉल जा! पुजार्याला जाणून घ्यायचे होते - तुम्ही त्या मुलीशी किती वेळ बोलता? - एका महिन्यापेक्षा जास्त! - ती तुला काही खायला देईल का? म्हणजे, सोबत आणा! -हम्म! - यामुळेच तिचा बॉस तुमच्यावर आला. असो, आता बरेच चांगले आहे. वेळीच आम्ही आलो नाही तर नक्कीच खूप नुकसान होऊ शकते. आपण यापुढे जगू शकत नाही! आता इथे राहू नकोस. त्या दिवशी मी अपार्टमेंट सोडले. गोष्टी मला फक्त एकटाच राहू द्या मी मित्राकडे पिशवी घेऊन बाहेर पडलो, मी स्वतःला पूर्ववत होईपर्यंत दुसरे घर न शोधता घरी जातो! माझ्या बॅगेत किती पैसे शिल्लक आहेत? मी ते उघडताच मला माझ्या कपड्यांमध्ये एक कागद दिसला! तिथे फक्त एक ओळ लिहा "मला तुझ्या जवळ जायचे होते, कदाचित थोडेसे, हा माझा एकमेव गुन्हा आहे" बाकी काहीही लिहिलेले नाही! मी कागद

दुमडला आणि बाहेर फेकून दिला! जादूगारांच्या प्रेमापेक्षा, माझ्यासाठी जगणे खूप चांगले आहे आणि मला अधिक आनंद झाला!

दुमडला आणि बाहेर फेकून दिला! जादूगारांच्या प्रेमापेक्षा, माझ्यासाठी जगणे खूप चांगले आहे आणि मला अधिक आनंद झाला!